Impressum
Verlag: BABADADA GmbH, Nedderfeld 112 , 22529 Hamburg
Geschäftsführer / Verlagsleitung: Harald Hof
Druck: Books on Demand GmbH, In de Tarpen 42, 22848 Norderstedt

Imprint
Publisher: BABADADA GmbH, Nedderfeld 112 , 22529 Hamburg, Germany
Managing Director / Publishing direction: Harald Hof
Print: Books on Demand GmbH, In de Tarpen 42, 22848 Norderstedt

1

ትምህርት ቤት

school

መማሪያ ክፍል
classroom
ማካፈል
divide
186/2
ሰሌዳ
board
የትምህርት ቤት ቅጥር ግቢ
መምህር
teacher
ወረቀት
paper
write
እስክሪብቶ
pen
መፃፊያ ጠረጴዛ
desk
ማስመሪያ
ruler
መጽሐፍ
book
ተማሪ
pupil

የጀርባ ቦርሳ

satchel

የእርሳስ መያዣ

pencil case

እርሳስ

pencil

የእርሳስ መቅረጫ

pencil sharpener

ላጲስ

rubber

የስዕል ደብተር

drawing pad

ስዕል
....
drawing

የቀለም ብሩሽ
....
paintbrush

የቀለም ሳጥን
....
paint box

መቀስ
....
scissors

ማጣበቂያ
....
glue

መልመጃ ደብተር
....
exercise book

የቤት ስራ
....
homework

12

ቁጥር
....
number

2+2

መደመር
....
add

5-2

መቀነስ
....
subtract

2×2

ማባዛት
....
multiply

ቁጥሮችን ማስላት
....
calculate

A

ደብዳቤ
....
letter

ABCDEFG HIJKLMN OPQRSTU VWXYZ

ፊደላት
....
alphabet

hello

ቃል
....
word

ፅሑፍ

text

ማንበብ

read

ጠመኔ

chalk

ትምህርት

lesson

ምዝገባ

register

ፈተና

examination

ሰርተፊኬት

certificate

የትምህርት ቤት የደንብ ልብስ

school uniform

ትምህርት

education

አዉደ ጥበብ

encyclopedia

ዩኒቨርስቲ

university

የምርምር አጉሊ መሳርያ

microscope

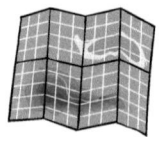

ካርታ

map

የቆሻሻ ወረቀት መጣያ ቅርጫት

waste-paper basket

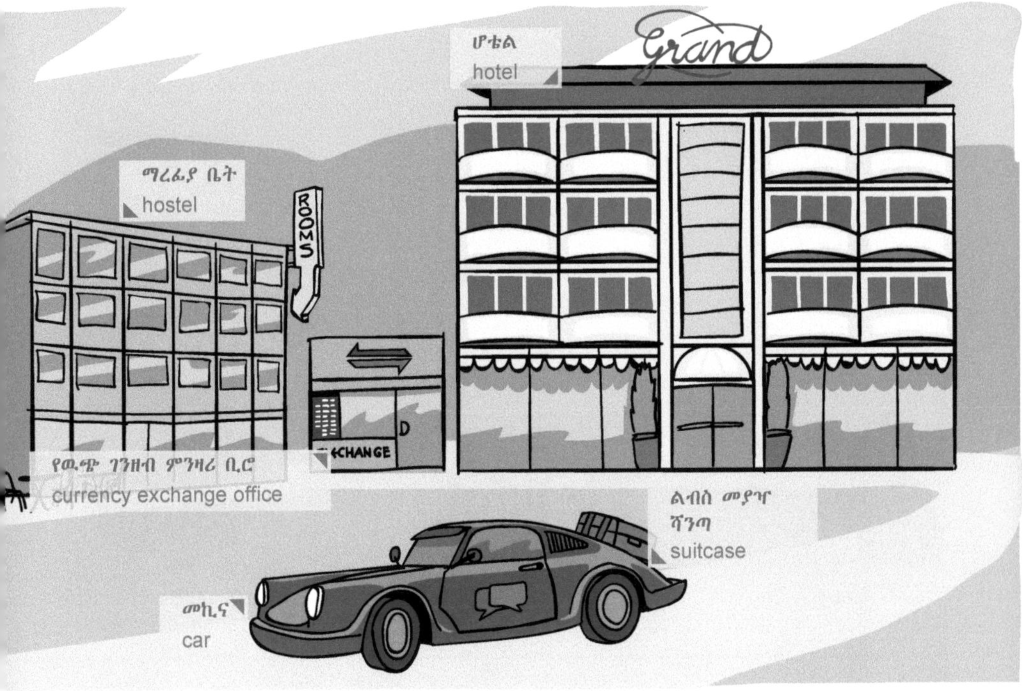

ሆቴል
hotel

Grand

ማረፊያ ቤት
hostel

የዉጭ ገንዘብ ምንዛሪ ቢሮ
currency exchange office

ልብስ መያዣ ሻንጣ
suitcase

መኪና
car

ቋንቋ
language

አዎ/ አይደለም
yes / no

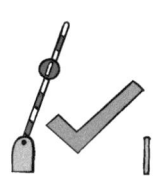

እሺ
Okay

ሰላም
hello

አስተርጓሚ
translator

አመሰግናለሁ
Thank you

ስንት ነዉ.......?

....

how much is...?

አልገባኝም

....

I don´t get it

እክል

....

problem

እንደምን አመሹ!

....

Good evening!

እንደምን አደሩ!

....

Good morning!

መልካም ምሽት!

....

Good night!

ደህና ይሰንብቱ

....

goodbye

አቅጣጫ

....

direction

ሻንጣ

....

luggage

ቦርሳ

....

bag

የጀርባ ቦርሳ

....

backpack

እንግዳ

....

guest

ክፍል

....

room

የመተኛ ቦርሳ

....

sleeping bag

ድንኳን

....

tent

የጎብኚዎች መረጃ

tourist information

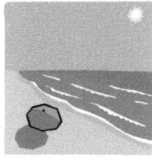

የባህር ዳርቻ

beach

ክሬዲት ካርድ

credit card

ቁርስ

breakfast

ምሳ

lunch

እራት

dinner

ቲኬት

Ticket

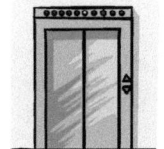

አሳንሰር

elevator

ማህተም

stamp

ድንበር

border

ባህሎች

customs

ኤምባሲ

embassy

ቪዛ/የይለፍ ወረቀት

visa

ፓስፖርት

passport

መጓጓዣ

transport

አዉሮፕላን
airplane
መርከብ
ship
የእሳት አደጋ መኪና
fire truck
bus
የጭነት መኪና
truck
የሞተር ጀልባ
motorboat
መኪና
car
ብስክሌት
bike

የማመላለሻ ጀልባ

ferry

ጀልባ

boat

የሞተር ብስክሌት

motorbike

የፖሊስ መኪና

police car

የዉድድር መኪና

racing car

የኪራይ መኪና

rental car

የመኪና መጋራት

car sharing

ጎታች መኪና

tow truck

የቆሻሻ ጭነት መኪና

garbage truck

ሞተር

engine

ነዳጅ

fuel

የቤንዚን ማደያ

fuel station

የመንገድ ምልክት

traffic sign

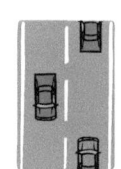

የመኪኖች እንቅስቃሴ

traffic

የመኪና መጨናነቅ

traffic jam

የመኪና ማቆሚያ

parking lot

የባቡር ጣቢያ

train station

የባቡር ሀዲዶች

tracks

ባቡር

train

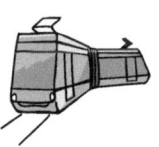

የኤሌክትሪክ ባቡር

tram

ሰረገላ

wagon

ሄሊኮፕተር

helicopter

አየር ማረፊያ

airport

ማማ

tower

መንገደኛ

passenger

ማስቀመጫ፤ ማጠራቀሚያ

container

ካርቶን እቃ ማሸጊያ

carton

ጋሪ፤ ተሳቢ

cart

ቅርጫት

basket

መነሳት/ ማረፍ

take off / land

ከተማ

city

መንደር

village

የከተማ ማዕከል

city center

ቤት

house

ሲኔማ
movie theater

ማስታወቂያ
advert

የመንገድ ዳር
መብራት
street light

CINEMA

መንገድ
street

ታክሲ
taxi

የቁርስ መቆያ ሱቅ
snack shop

እግረኛ
pedestrian

ድንጋይ የተነጠፈበት የእግረኛ
መንገድ
sidewalk

የእግረኛ መሻገሪያ
zebra crossing

የቆሻሻ
ማጠራቀሚያ
dumpster

ማቋረጫ
crossing

የትራፊክ መብራቶች
traffic lights

ጎጆ
....
hut

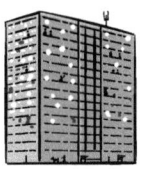

አፓርታማ
....
apartment

የባቡር ጣቢያ
....
train station

የከተማ አዳራሽ
....
city hall

ቤተ መዘክር
....
museum

ትምህርት ቤት
....
school

ከተማ - city

11

ዩኒቨርስቲ

university

ባንክ

bank

ሆስፒታል

hospital

ሆቴል

hotel

መድሐኒት ቤት

pharmacy

ቢሮ

office

መፅሐፍ መሸጫ

book shop

ሱቅ

shop

የአበባ መሸጫ

flower shop

የሸቀጣ ሸቀጥ መደብር

supermarket

ገበያ ስፍራ

market

መደብር

department store

የዓሳ ነጋዴ

fishmonger's shop

የገበያ ማዕከል

mall

ወደብ

harbor

መናፈሻ ቦታ

park

አግዳሚ ወንበር

bench

ድልድይ

bridge

ደረጃዎች

stairs

ዉስጥ ለዉስጥ

subway

ዋሻ

tunnel

የአዉቶቡስ ፌርማታ

bus stop

ባር

bar

ምግብ ቤት

restaurant

የፖስታ ሳጥን

postbox

የመንገድ ምልክት

street sign

የመኪና ማቆሚያ ሒሳብ የሚያሰላ ማሽን

parking meter

የደር እንስሳት ማቆያ

zoo

የመዋኛ ገንዳ

swimming pool

መስጊድ

mosque

እርሻ

farm

የሚበክል ነገር

pollution

መቃብር ስፍራ

cemetery

ቤተ ክርስቲያን

church

መጫወቻ ሜዳ

playground

ቤተ መቅደስ

temple

መልከዓምድር

landscape

ቅጠል
leaf

የመንገ ላይ ምልክት
signpost

መንገ
path

አረንጓዴ መስክ
meadow

ንጋይ
stone

ዛፍ
tree

በእግሩ የሚን
hiker

ወን
river

ሳር
grass

አበባ
flower

ሸለቆ

valley

ኮረብታ

hill

ሀይቅ

lake

ጫካ

forest

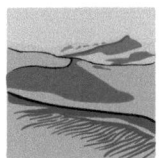

በረሃ

desert

እሳተ ገሞራ

volcano

ግምብ

castle

ቀስተ ዳመና

rainbow

እንጉዳይ

mushroom

የቴምብር ዛፍ/ ዘንባባ

palm tree

ቢንቢ/ የወባ ትንኝ

mosquito

በራሪ

fly

ጉንዳን

ant

ንብ

bee

ሸረሪት

spider

ጢንዚዛ

beetle

እንቁራሪት

frog

ሽኮኮ

squirrel

ጃርት

hedgehog

ጥንቸል

hare

ጉጉት ወፍ

owl

ወፍ

bird

የዉሃ ዳክዬ

swan

ከርከሮ

boar

አጋዘን

deer

አጋዘን

moose

ግድብ

dam

በነፋስ የሚሽከረከር

wind turbine

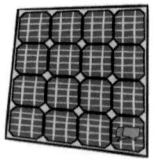

የፀሀይ ፓኔሎ

solar panel

አየር ንብረት

climate

ምግብ ቤት
restaurant

አስተናጋጅ
waiter
ማዉጫ
menu
ወንበር
chair
ሾርባ
soup
ፒዛ
pizza
መክተፊያ
cutlery
የጠረጴዛ ጨርቅ
tablecloth

የምግብ ፍላጎትን የሚከፍት ምግብ
starter

ዋና ምግብ
main course

ማጣጣሚያ ተከታይ ምግብ
dessert

መጠጦች
drinks

ምግብ
food

ጠርሙስ
bottle

ፈጣን ምግብ

fast food

የመንገድ ምግብ

street food

የሻይ ማንቆርቆሪያ

teapot

የስኳር እቃ

sugar bowl

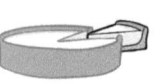

ድርሻ

portion

የቡና ማፊያ ማሽን

espresso machine

ባለጌ ወንበር

high chair

የክፍያ ደረሰኝ

bill

ትሪ

tray

ቢላዋ

knife

ሹካ

fork

ማንኪያ

spoon

የሻይ ማንኪያ

teaspoon

ልብስ ምግብ እንዳይነካ የሚረዳ ጨርቅ

serviette

ብርጭቆ

glass

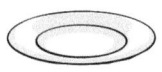

ዝርግ ሰሀን

plate

የሾርባ ጎድጓዳ ሰሀን

soup plate

የስኒ ማስቀመጫ

saucer

ማጣፈጫ ስጎ

sauce

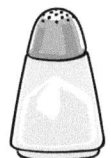

የጨዉ እቃ

salt shaker

የተፈጨ ቃሪያ

pepper mill

ኮምጣጤ

vinegar

የምግብ ዘይት

oil

ቀመማ ቅመሞች

spices

የቲማቲም ድልህ

ketchup

ሰናፍጭ

mustard

ማዮኒዝ

mayonnaise

የሸቀጣ ሸቀጥ መደብር

supermarket

ልዩ አቅራቦት
special offer
FOR
ደምበኛ
customer
የወተት ተዋፅዖ
dairy products
ፍራፍሬ
fruit
ባለ ጎማ የእጅ ጋሪ
shopping cart

ሉካንዳ ነጋዴ

butcher's shop

መጋገርያ

bakery

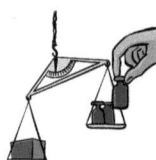

ክብደት መመዘን

weigh

ቅጠላ ቅጠል አትክልት

vegetables

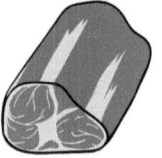

ስጋ

meat

የቀዘቀዘ/የረጋ ምግብ

frozen food

ቀዝቃዛ ቁራጭ

....

cold cuts

የታሸገ ምግብ

....

canned food

የማጠቢያ ዱቄት

....

detergent

ጣፋጮች

....

candy

የቤት ዉስጥ ዉጤቶች

....

household products

የፅዳት ምርቶች

....

cleaning products

የሽያጭ ባለሙያ

....

sales representative

የገንዘብ መመዝቢያ ማሽን

....

cash register

የሒሳብ ሰራተኛ

....

cashier

የግዢ ዝርዝር

....

shopping list

ክፍት ሰዓታት

....

opening hours

የኪስ ቦርሳ

....

wallet

ክሬዲት ካርድ

....

credit card

ቦርሳ

....

bag

የፕላስቲክ ቦርሳ

....

plastic bag

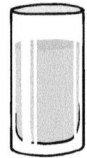

መጠጦች

drinks

ውሃ

water

ጭማቂ

juice

ወተት

milk

ኮካ-ኮላ

coke

ወይን

wine

ቢራ

beer

አልኮል

alcohol

ኮካ

cocoa

ሻይ

tea

ቡና

coffee

የተፈላ ቡና

espresso

ካፑቺኖ

cappuccino

ምግብ

food

ሙዝ

banana

ፖም

apple

ብርቱካን

orange

ሀብሀብ

melon

ሎሚ

lemon

ካሮት

carrot

ነጭ ሽንኩርት

garlic

ሸምበቆ

bamboo

ቀይ ሽንኩርት

onion

እንጉዳይ

mushroom

ለዉዝ

nuts

የህፃናት ምግብ

noodles

ፓስታ

spaghetti

ሩዝ

rice

ሰላጣ

salad

የድንች ጥብስ

fries

ድንች ጥብስ

fried potatoes

ፒዛ

pizza

ዳቦ ዉስጥ በስሱ ተጠብሶ የገባ ስጋ

hamburger

ሳንድዊች

sandwich

ጥሬ ስጋ

escalope

የአሳማ ስጋ

ham

በቅመምና በጨዉ የታሸ ምግብ ቀዝቅዞ የሚበላ ሾርባ ምግብ

salami

ቋሊማ

sausage

ዶሮ

chicken

ጥብስ

roast

አሳ

fish

የአጃ ገንፎ
porridge oats

ከወተት ጋር ተደባልቀዉ የሚበሉ
‥ምግቦች‥
muesli

የበቆሎ ቅርፊት
cornflakes

ዱቄት
flour

ኩራሳ
croissant

ድብልብል ዳቦ
bread roll

ዳቦ
bread

መጥበስ
toast

ብስኩት
cookies

ቅቤ
butter

እርጎ
curd

ኬክ
cake

እንቁላል
egg

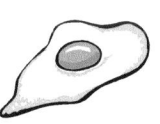

እንቁላል ጥብስ
fried egg

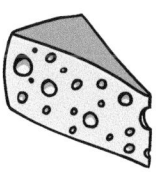

አይብ
cheese

የበረዶ ክሬም

ice cream

ስኳር

sugar

ማር

honey

ማርማላት

jelly

የተናጠ የወተት ክሬም

nougat cream

ማጣፈጫ

curry

እርሻ
farm

የእህልና የከብት ማቀመጫ ቤት
barn
የጭድ ክምር
straw bale
field
ፈረስ
horse
ተሳቢ መኪና
trailer
የእርሻ መኪና
tractor
የፈረስ ዉርንጭላ
foal
አህያ
donkey
በግ
sheep
የበግ ጠቦት
lamb

ፍየል

goat

ላም

cow

ጥጃ

calf

አሳማ

pig

ግልገል አሳማ

piglet

ኮርማ

bull

ዝይ

goose

ዳክዬ

duck

የዶሮ ጫጩት

chick

ዶር

hen

አዉራ ዶሮ

cockerel

አይጥ

rat

ደድመት

cat

አይጥ

mouse

በሬ

ox

ዉሻ

dog

የዉሻ ቤት

dog house

የአትክልት ቦታ

garden hose

ዉሃ ማጠጫ ባልዲ

watering can

ረጅም ማጭድ

scythe

ማረሻ

plow

ማጭድ

sickle

መኮትኮቻ

hoe

የእህል መንሽ

pitchfork

መጥረቢያ

axe

ኩርኩር/ የእጅ ጋሪ

pushcart

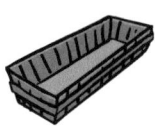

ገንዳ

trough

የወተት ዕቃ

milk can

ጆንያ ከረጢት

sack

አጥር

fence

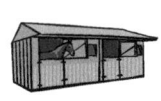

የፈረስ ጋጣ

stable

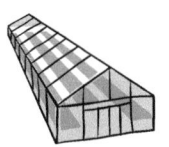

ዕፅዋት ማሳደጊያ የመስታዉት ቤት

greenhouse

አፈር

soil

ዘር

seed

የመሬት ማዳበሪያ

fertilizer

ጥምር ማረሻ

combine harvester

አዝመራ መሰብሰብ

harvest

አዝመራ

harvest

ድንች

yams

ስንዴ

wheat

ሶያ

soya

ድንች

potato

በቆሎ

corn

የከብት መኖ

rapeseed

የፍሬ ዛፍ

fruit tree

የካሳቫ ዛፍ

manioc

እህል

grain

ቤት

house

የጪስ ማዉጫ
chimney
ጣራ
roof
downspout
መስኮት
window
ጋራዥ
garage
የበር ደወል
doorbell
በር
door
የቆሻሻ ማጠራቀሚያ
trash can
ፖስታ ሳጥን
mailbox
የአትክልት ቦታ
garden

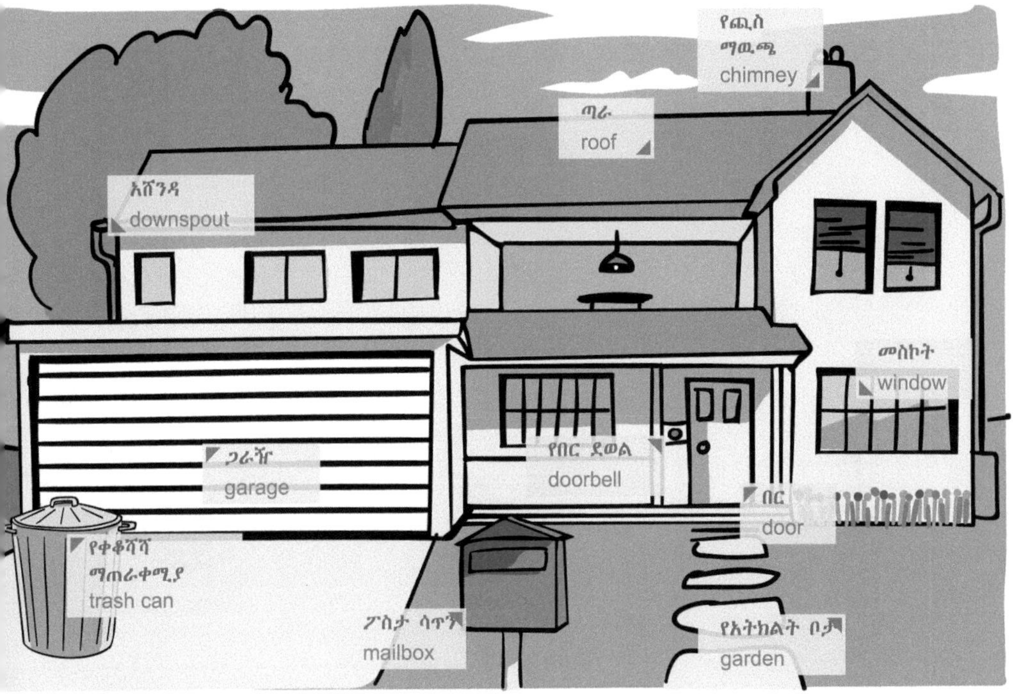

ሳሎን

living room

መታጠቢያ ቤት

bathroom

ማድቤት

kitchen

መኝታ ቤት

bedroom

የልጅ ክፍል

kids room

መመገቢያ ክፍል

dining room

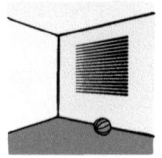

ወለል

floor

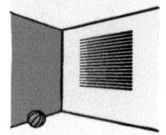

ግድግዳ

wall

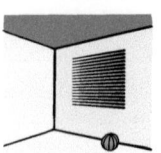

ጣሪያ

ceiling

ምድር ቤት

cellar

በእንፋሎት ሙቀት መታጠቢያ
ቤት

sauna

ሰገነት

balcony

ከፍ ያለ መደብ

terrace

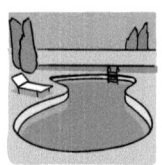

የመዋኛ ገንዳ

pool

የማጨጃ መኪና

lawn mower

አንሶላ

sheet

የአልጋ ልብስ

bedspread

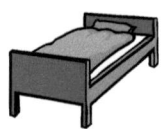

አልጋ

bed

መጥረጊያ

broom

ባልዲ

bucket

ማብሪያና ማጥፊያ

switch

ሳሎን
living room

የግድግዳ ወረቀት
wallpaper
ፎቶ
picture
መብራት
lamp
መደርደሪያ
shelf
ቁም ሳጥን፣ ካቢኔ
cabinet
television
የእሳት መሞቂያ
fireplace
አበባ
flower
ትራስ
cushion
ሶፋ
sofa
የአበባ ማስቀመጫ
vase
ሪሞት ኮንትሮል
remote control

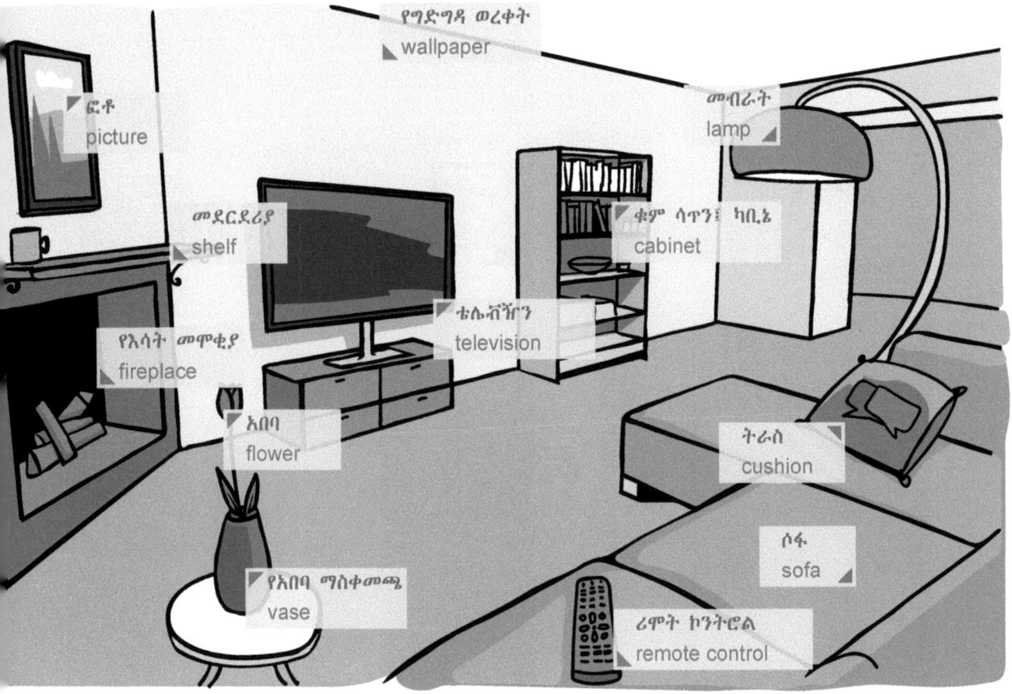

ንጣፍ

carpet

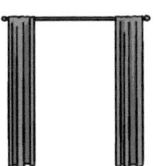

መጋረጃ

drape

ጠረጴዛ

table

ወንበር

chair

ተወዛዋዥ ወንበር

rocking chair

ባለመደገፊያ ወንበር

armchair

መጽሐፍ

book

ብርድ ልብስ

blanket

ጌጥ

decoration

ማገዶ

firewood

ፊልም

film

የሙዚቃ መማጫወቻ

stereo system

ቁልፍ

key

ጋዜጣ

newspaper

ስዕል

painting

የተለጠፈ ማስታወቂያ እንደ ስዕል

poster

ራዲዮ

radio

ማስታወሻ ደብተር

notebook

የአየር ማፅጃ ለምንጣፍ

vacuum cleaner

ቁልቋል

cactus

ሻማ

candle

kitchen

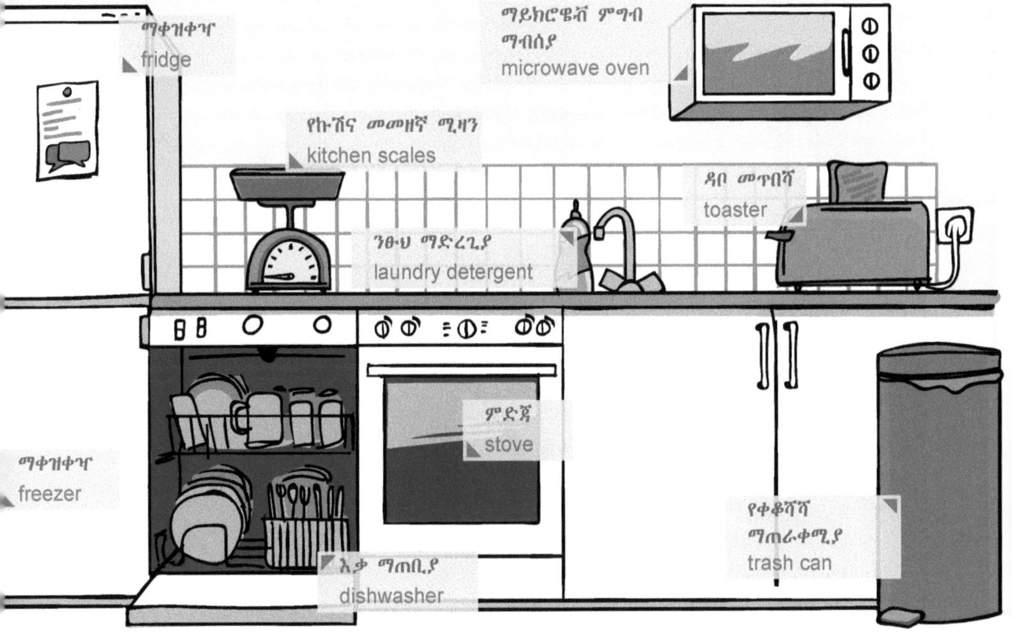

ማቀዝቀዣ
fridge
ማይክሮዌቭ ምግብ ማብሰያ
microwave oven
የኩሽና መመዘኛ ሚዛን
kitchen scales
ዳቦ መጥበሻ
toaster
ንፁህ ማድረጊያ
laundry detergent
ምድጃ
stove
ማቀዝቀዣ
freezer
የቆሻሻ ማጠራቀሚያ
trash can
እቃ ማጠቢያ
dishwasher

ምግብ አብሳይ

cooker

ማሰሮ

pot

የብረት ማሰሮ

cast-iron pot

ምግብ ማብሰያ ዝርግ ድስት

wok / kadai

የምግብ መጥበሻ

pan

ማንቆርቆሪያ

kettle

የእንፋሎት ማብሰያ

steamer

የመጋገሪያ ትሪ

baking tray

ሰብስቦች

crockery

ትልቅ ኩባያ

mug

ጎድጓዳ ሳህን

bowl

ቾፕስቲክስ

chopsticks

ጭልፋ

ladle

መሰቅሰቂያ ዝርግ ማንኪያ

spatula

ማደባለቂያ

whisk

መወጠሪያ

strainer

ወንፊት

sieve

መፈርፈሪያ መሳሪያ

grater

ሲሚንቶ

mortar

የፍም ጥብስ

barbecue

የተለቀቀ እሳት

fireplace

መክተፊያ

chopping board

ተንሸራታች መርፌ

rolling pin

የጠርሙስ መክፈቻ

corkscrew

ጣሳ

can

የጣሳ መክፈቻ

can opener

የማሰሮ መሸፈኛ

oven cloth

ሳህን ማጠቢያ

sink

ብሩሽ

brush

ስፖንጅ

sponge

መደባለቂያ መሳሪያ

blender

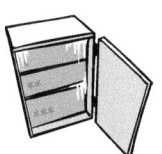

በጣም ማቀዝቀዣ

deep freezer

ጡጦ

baby bottle

ቧንቧ

tap

መታጠቢያ ቤት

bathroom

ማሞቂያ
heating
መታጠቢያ
shower
ፎጣ
towel
የመታጠቢያ ቤት መጋረጃ
shower curtain
የአረፋ መታጠቢያ
bubble bath
የመታጠቢያ ገንዳ
bathtub
ብርጭቆ
glass
የልብስ ማጠቢያ
washing machine
tap
ማዕዘን ወለል
tiles
ፖፖ
potty
ሳህን ማጠቢያ
sink

ሽንት ቤት

toilet

የሽንት ቤት መቀመጫ

squat toilet

ሳፋ

bidet

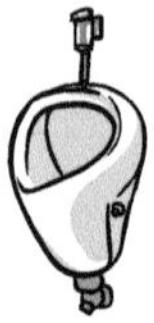

የመንገድ ዳር መሽኛ

urinal

የሽንት ቤት ወረቀት

toilet paper

የሽንት ቤት ማፅጃ ብሩሽ

toilet brush

የጥርስ ብሩሽ

toothbrush

የጥርስ ሳሙና

toothpaste

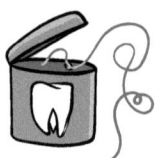

የጥርስ ማፅጃ ክር

dental floss

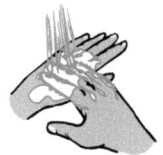

መታጠብ

wash

የእጅ መታጠቢያ

hand shower

መታጠቢያ

douche

ጎድጓዳ ሳህን

basin

የጀርባ ብሩሽ

back brush

ሳሙና

soap

መታጠቢያ የሚዝለገለግ ሳሙና

shower gel

የፀጉር መታጠቢያ ሳሙና

shampoo

ለስላሳ ጨርቅ

flannel

ፍሳሽ

drain

ክሬም

creme

ጠረን መቀየሪያ ንጥረ ነገር

deodorant

መስታወት

mirror

የእጅ መስታወት

hand mirror

ምላጭ

razor

የመላጫ አረፋ

shaving foam

ከመላጨት በኋላ የሚቀባ ሽቱ

aftershave

ማበጠሪያ

comb

ብሩሽ

brush

የፀጉር ማድረቂያ

hair-dryer

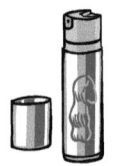

በፀጉር ላይ የሚነፋ

hairspray

የፊት መቀባቢያ

makeup

የከንፈር ቀለም

lipstick

የጥፍር ቀለም

nail varnish

የጥጥ ሱፍ

cotton wool

ጥፍር መቁረጫ

nail scissors

ሽቶ

perfume

ማጠቢያ ባልዲ

washbag

መቀመጫ

stool

ሚዛን

weighing scales

የመታጠቢያ ልብስ

bathrobe

የላስቲክ ጓንት

rubber gloves

ሞዴስ

tampon

የፅዳት ፎጣ

sanitary towel

የሽንት ቤት ኬሚካል

chemical toilet

የልጅ ክፍል

kids room

የማንቂያ ደዉል ሰዐት
alarm clock
የህፃን አሻንጉሊት
cuddly toy
የመጫወቻ መኪና
toy car
ማንገጫገጫ መጫወቻ
rattle
የአሻንጉሊት ቤት
doll's house
ስጦታ
present

ፊኛ

balloon

አልጋ

bed

የህፃን ማንሸራሸሪያ ጋሪ

stroller

የካርታ መጫወቻ

deck of cards

ቁርጥራጭ ምስሎችን የማገጣጠም እና ምስል የማግኘት ጨዋታ

jigsaw

አዝናኝ

comic

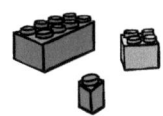

ተገጣጣሚ መጫወቻ
lego bricks

የመጫወቻ መገጣጠሚያዎች
toy blocks

የድርጊት ምስል
action figure

የህፃን እድገት
romper suit

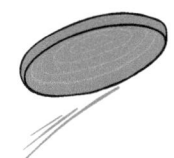

የፕላስቲክ መጫወቻ ዝርግ ሰሀን
frisbee

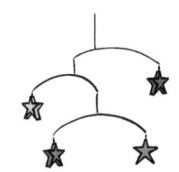

ተወዛዋዥ የህፃን ማጫወቻ
mobile

የሰሌዳ ጨዋታ
board game

የመጫወቻ ጠጠር
dice

የመጫወቻ ባቡር
model train set

የእንጀራ እናት ጡጦ
pacifier

ድግስ
party

የስዕል መፅሀፍ
picture book

ኳስ
ball

አሻንጉሊት
doll

መጫወት
play

የአሸዋ መጫወቻ

sandpit

ዥዋዥዌ

swing

መጫወቻዎች

toys

የቪዲዮ መጫወቻ

video game console

ባለ ሶስት ጎማ ብስክሌት

tricycle

የአሻንጉሊት ድብ

teddy bear

ቁምሳጥን

wardrobe

አልባሳት

clothing

ካልሲዎች

socks

ስቶኪንጎች

stockings

ታይት

tights

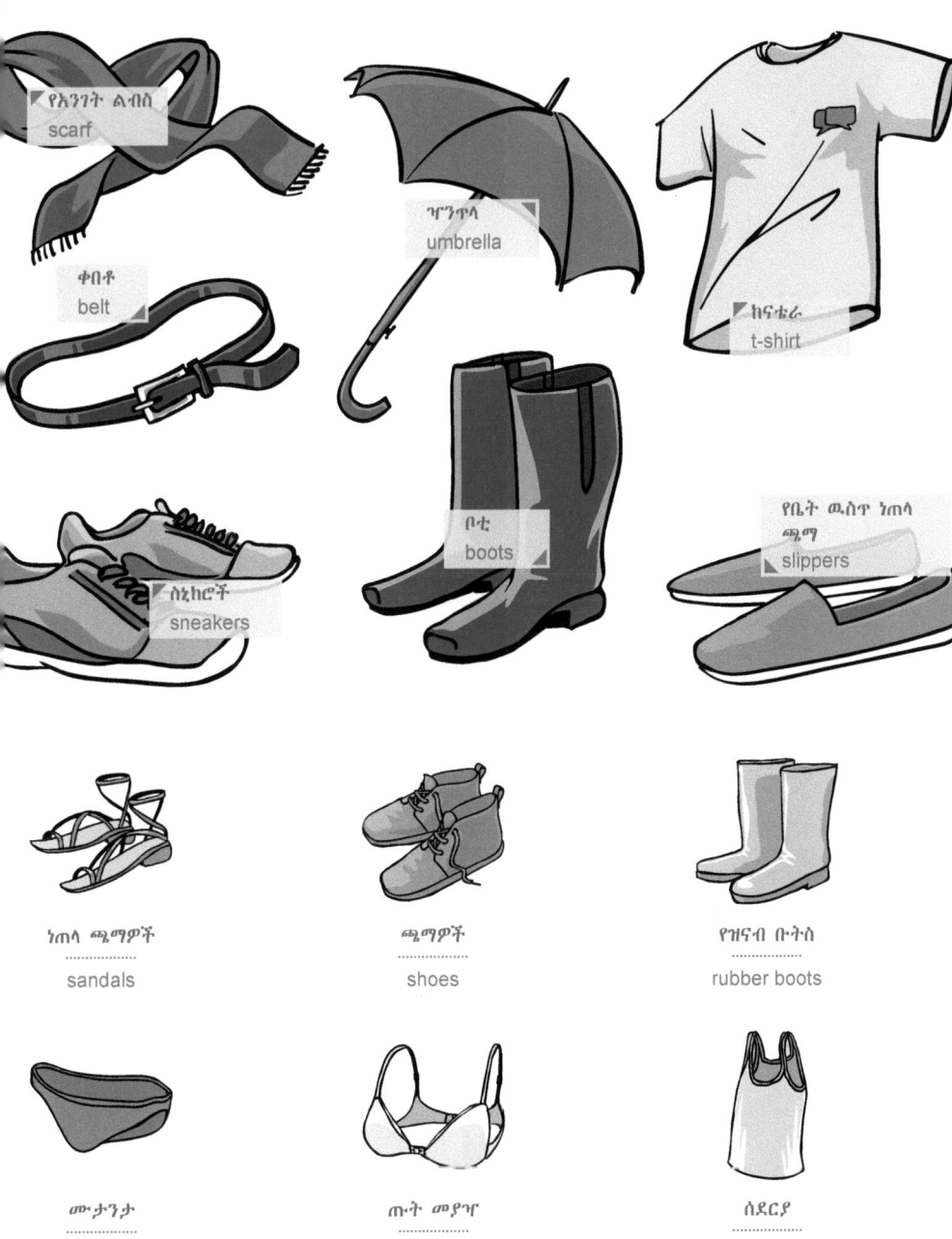

የአንገት ልብስ
scarf

ዥንጥላ
umbrella

ቀበቶ
belt

ከናቴራ
t-shirt

ቦቲ
boots

የቤት ዉስጥ ነጠላ ጫማ
slippers

ስኒከሮች
sneakers

ነጠላ ጫማዎች
....
sandals

ጫማዎች
....
shoes

የጎማብ ቡትስ
....
rubber boots

ሙታንታ
....
underwear

ጡት መያዣ
....
bra

ሰደርያ
....
undershirt

አልባሳት - clothing   45

ሰዉነት

body

ሱሪዎች

pants

ጅንስ

jeans

ጉርድ ቀሚስ

skirt

ሸሚዝ

blouse

ሸሚዝ

shirt

የሚጠለቅ ሹራብ

pullover

ሹራብ

sweater

ዩኒፎርም ጃኬት

blazer

ጃኬት

jacket

ኮት

coat

የዝናብ ኮት

raincoat

ልብስ

costume

ቀሚስ

dress

የሙሽራ ቀሚስ

wedding dress

ሱፍ

suit

የለሊት ልብስ

nightgown

የለሊት ልብስ

pajamas

ረጅም ቀሚስ

sari

ሂጃብ

headscarf

ጥምጣም

turban

ቡርቃ

burka

ሽርጥ

kaftan

አባያ

abaya

የዋና ልብስ

swimsuit

አጭር ቁምጣ

trunks

ቁምጣዎች

shorts

የስራ ቱታ

tracksuit

ሽርጥ

apron

ጓንት

gloves

ቁልፍ

button

መነፅር

glasses

አምባር

bracelet

የአንገት ሀብል

necklace

ቀለበት

ring

የጆሮ ጌጥ

earring

ኮፍያ

cap

የኮት መስቀያ

coat hanger

ኮፍያ

hat

ከረቫት

tie

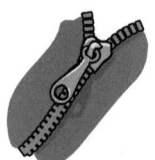

ዚፕ

zip

የብረት ቆብ

helmet

መደገፊያ

braces

የትምህርት ቤት የደንብ ልብስ

school uniform

የደንብ ልብስ

uniform

መሃረብ

bib

የእንጀራ እናት ጡጦ

pacifier

ሽንት ጨርቅ

diaper

ቢሮ
office

server
የፋይል መደርደሪያ ካቢኔ
filing cabinet
የህትመት መሳሪያ
printer
ወረቀት
paper
መቆጣጠሪያ
monitor
ማዉዝ
mouse
መፃፊያ ጠረጴዛ
desk
ማህደር
folder
keyboard
የቆሻሻ ወረቀት መጣያ ቅርጫት
waste-paper basket
ኮምፒዉተር
computer
ወንበር
chair

የቡና መጠጫ ትልቅ ኩባያ

coffee mug

ማስልያ ማሽን

calculator

ኢንተርኔት

internet

ላፕቶፕ

laptop

ደብዳቤ

letter

መልዕክት

message

ተንቀሳቃሽ ስልክ

cell phone

የግንኙነት አዉታር

network

ማባዣ ማሽን

photocopier

ሶፍትዌር

software

ስልክ

telephone

የግድግዳ ሶኬት

plug socket

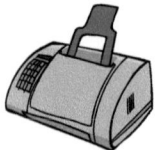

የፋክስ ማሽን

fax machine

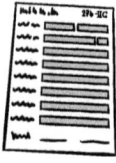

ቅፅ

form

ሰነድ

document

መግዛት
....
buy

መክፈል
....
pay

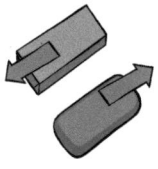

መነገድ
....
trade

ገንዘብ
....
money

ዶላር
....
dollar

ዩሮ
....
euro

የን
....
yen

ሩብል
....
rouble

የስዊዝ ፍራንክ
....
Swiss franc

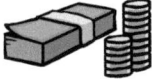

ሬንሚንቢ ዩዋን
....
renminbi yuan

ሩጲ
....
rupee

የገንዘብ ነጥብ
....
cash point

የዉጭ ገንዘብ ምንዛሪ ቢሮ

currency exchange office

ወርቅ

gold

ብር

silver

ዘይት

oil

ሀይል፤ ጉልበት

energy

ዋጋ

price

ግንኙነት

contract

ቀረጥ

tax

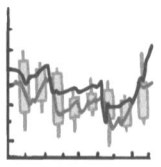

አክስዮን

stock

መስራት

work

ተቀጣሪ

employee

ቀጣሪ

employer

ፋብሪካ

factory

ሱቅ

shop

የስራ ሙያዎች

occupations

የፖሊስ አዛዥ
police officer
የእሳት አደጋ ሰራተኛ
fireman
ምግብ አብሳይ
cook
ዶክተር
doctor
አብራሪ
pilot

አትክልተኛ

gardener

አናጢ

carpenter

ልብስ ሰፊ ሴት

seamstress

ዳኛ

judge

ቀማሚ

chemist

ተዋናይ

actor

የአዉቶቢስ ሹፌር

bus driver

የታክሲ ሹፌር

taxi driver

አሳ አጥማጅ

fisherman

ፅዳት ሰራተኛ

cleaning lady

የጣራ ሰራተኛ

roofer

አስተናጋጅ

waiter

አዳኝ

hunter

ሰዓሊ

painter

ጋጋሪ

baker

የኤሌትሪክ ሰራተኛ

electrician

ገምቢ

builder

መሃሃዲስ

engineer

ልኳንዳ

butcher

የቧንቧ ሰራተኛ

plumber

የፖስታ ሰራተኛ

postman

ወታደር

soldier

መሃንዲስ

architect

የሒሳብ ሰራተኛ

cashier

አበባ ሻጭ

florist

የፀጉር ሰራተኛ

hairdresser

ቲኬት ቆራጭ

conductor

መካኒክ

mechanic

ካፒቴን

captain

የጥርስ ሐኪም

dentist

ተመራማሪ

scientist

መምህር

rabbi

የሙስሊም ሃይማኖታዊ መሪ

imam

መነኩሴ

monk

ካህን

pastor

የስራ ሙያዎች - occupations

መሳሪያዎች

tools

ተቆላፊ ጉጠት
pliers
መዶሻ
hammer
መፍቻ
screwdriver
ባትሪ
torch
የመሳሪ መፍቻ
wrench

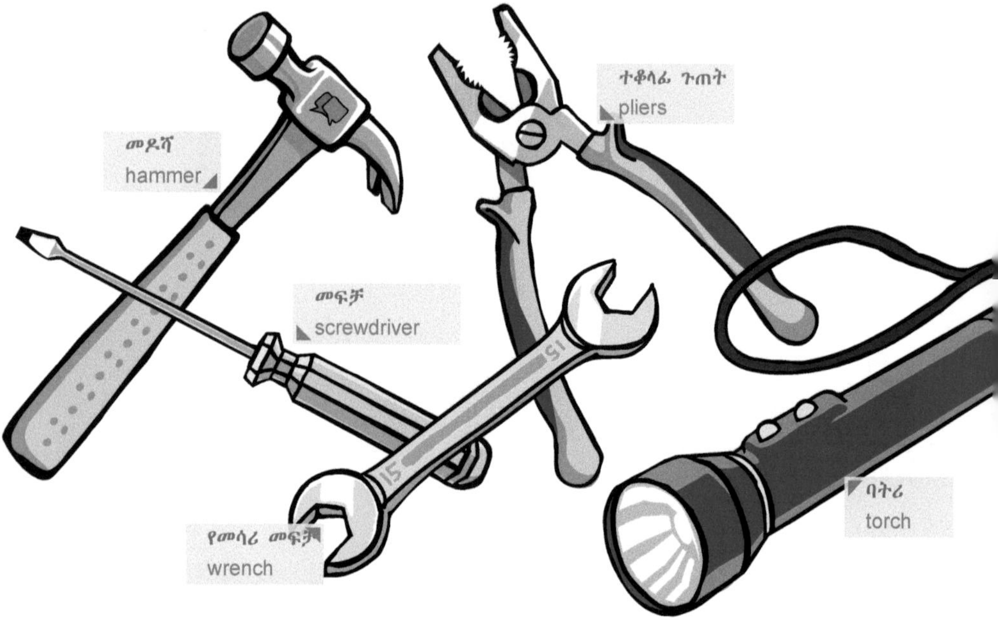

በቁፋሮ የሚዝቅ

excavator

የመፍቻ ሳ ን

toolbox

መ ላል

ladder

መጋዝ

saw

ምስማር

nails

መ ር ሪያ

drill

መጠገን

repair

አካፋ

shovel

የተረገመ!

Damn!

ቆሻሻ ማፈሻ

dustpan

የቀለም ቆርቆሮ

paint can

ብሎን

screws

የሙዚቃ መሳሪያዎች

musical instruments

የድምፅ ማጉያ መሳርያ
loud speaker
drum set
ክራር መሰል የሙዚቃ መሳሪያ
guitar
ድርብ ቤዝ ጊታር
double bass
የትንፋሽ ሙዚቃ መሳሪያ
trumpet

ፒያኖ

piano

ቫዮሊን

violin

ወፍራም፣ ጎርናና ድምፅ ያለዉ ክራር መሰል ሙዚቃ መሳሪያ

bass

ነጋሪት

timpani

ከበሮ

drums

በኤሌክትሪክ የሚሰራ ፒኖ

keyboard

የትንፋሽ ሙዚቃ መሳሪያ

saxophone

ዋሽንት

flute

የድምፅ ማጉያ

microphone

መግቢያ
entrance
ነብር
tiger
ሳጥን
cage
የሜዳ አህያ
zebra
የእንስሳ ምግብ
animal feed
ትልቅ ድብ
panda

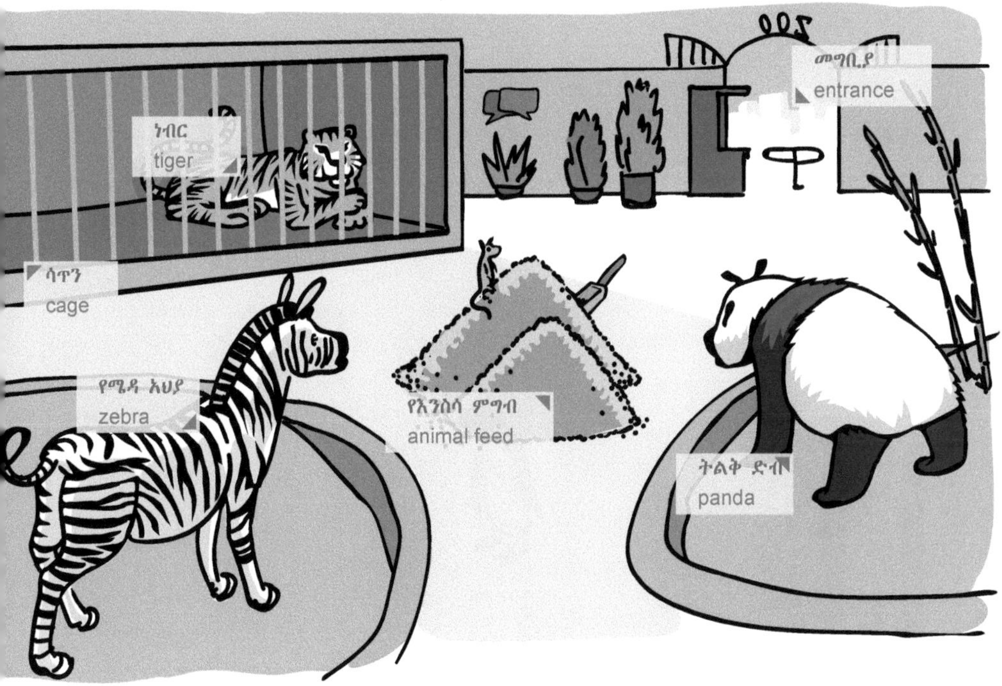

እንስሳቶች
....
animals

ዝሆን
....
elephant

ካንጋሮ
....
kangaroo

አዉራሪስ
....
rhino

ትልቅ ዝንጀሮ
....
gorilla

ድብ
....
bear

ግመል

camel

ሰጎን

ostrich

አንበሳ

lion

ጦጣ

monkey

ቅልጥመ ረዥም ወፍ

flamingo

በቀቀን

parrot

የወዋልታ ድብ

polar bear

የዋልታ ወፎች

penguin

ረጅም ጥርሶች ያሉትአሳ ነባሪ

shark

ጣዎስ

peacock

እባብ

snake

አዞ

crocodile

የዱር አራዊት የሚጠበቁበት
ማቆያን የሚጠብቅ

zookeeper

አሳ በሊታ የባህር እንስሳ

seal

የዱር ድመት

jaguar

ድንክ ፈረስ

pony

ነብር

leopard

ጉማሬ

hippo

ቀጭኔ

giraffe

ንስር

eagle

ከርከሮ

boar

አሳ

fish

የባህር ኤሊ

turtle

የባህር አውሬ

walrus

ቀበሮ

fox

የሜዳ ፍየል፤ ሚዳቋ

gazelle

የስፖርት አይነቶች

sports

የአሜሪካ እግርኳስ
American football
የብስክሌት ስፖርት
cycling
ቴኒስ
tennis
የቅርጫት ኳስ
basketball
ዋና
swimming
የቡጢ ስፖርት
boxing
የበረዶ ላይ የገና ጨዋታ
ice hockey

እግር ኳስ

soccer

የላበ ኳስ ጨዋታ

badminton

አትሌቲክስ

athletics

የእጅ ኳስ ስፖርት

handball

የበረዶ መንሸራተት ስፖርት

skiing

ፈረስ ግልቢያ

polo

መሳቅ
laugh

መዝለል
jump

ማቀፍ
hug

መዘመር
sing

መራመድ
walk

ህልም ማለም
dream

መፀለይ
pray

መሳም
kiss

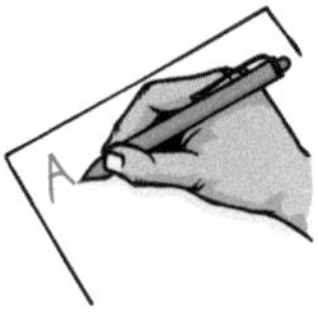

መፃፍ
write

መሳል
draw

ማሳየት
show

መግፋት
push

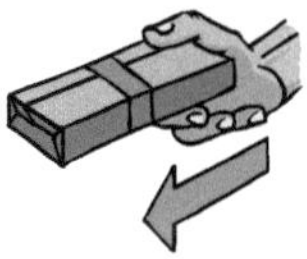

መስጠት
give

መዉሰድ
take

መያዝ

have

ማድረግ

do

መሆን

be

መቆም

stand

መሮጥ

run

መሳብ

pull

መወርወር

throw

መዉደቅ

fall

መዋሸት

lie

መጠበቅ

wait

መሸከም

carry

መቀመጥ

sit

መልበስ

get dressed

መተኛት

sleep

መንቃት

wake up

መመልከት
....
look at

ማለልቀስ
....
cry

መጫር
....
stroke

ማበጠር
....
comb

ማዉራት
....
talk

መረዳት
....
understand

ጥያቄ
....
ask

ማዳመጥ
....
listen

መጠጣት
....
drink

መብላት
....
eat

ማንፃት
....
tidy up

ማፍቀር
....
love

ምግብ ማብሰል
....
cook

መንዳት
....
drive

መብረር
....
fly

መርከብ መንዳት

sail

ቁጥሮችን ማስላት

calculate

ማንበብ

read

መማር

learn

መስራት

work

ማግባት

marry

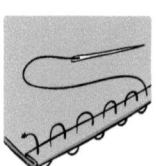

መስፋት

sew

ጥርስ መቦረሽ

brush teeth

መግደል

kill

ማጨስ

smoke

መላክ

send

ሴት አያት
randmother
የወንድ አያት
grandfather
አባት
father
እናት
mother
ህፃን
baby
ሴት ልጅ
daughter
ወንድ ልጅ
son

እንግዳ

guest

አክስት

aunt

አጎት

uncle

ወንድም

brother

እህት

sister

አካል

body

ግንባር
forehead
አይን
eye
ፊት
face
አገጭ
chin
ጣት
finger
እጅ
hand
shoulder
ጡት
breast
ክንድ
arm
እግር
leg

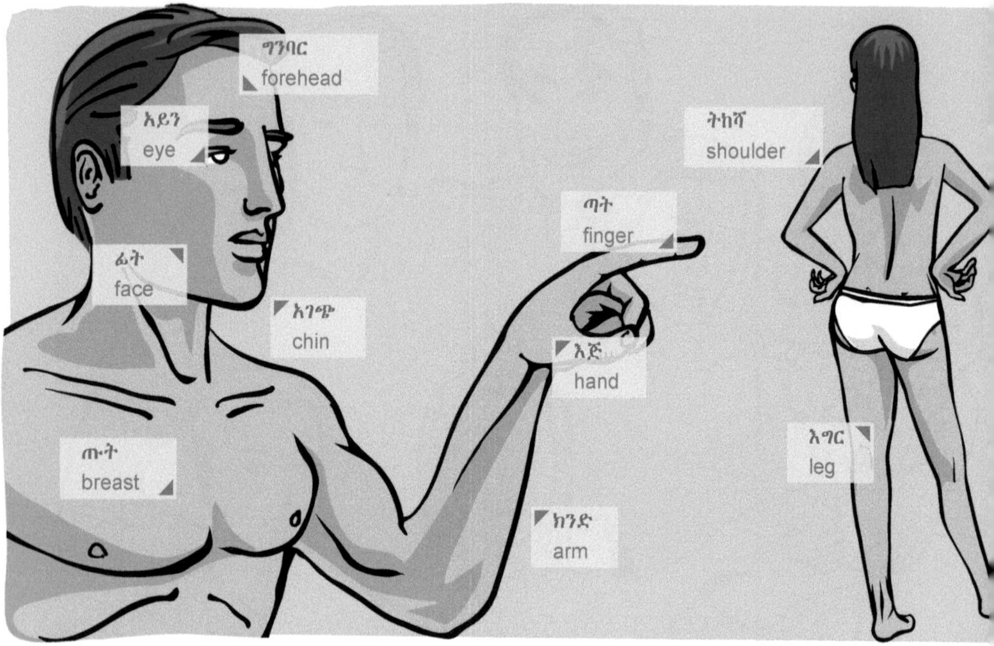

ህፃን

baby

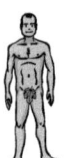

ሰዉ

man

ሴት

woman

ልጃገረድ

girl

ወንድ ልጅ

boy

ራስ

head

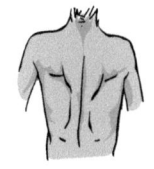

ጀርባ

back

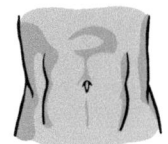

ሆድ

belly

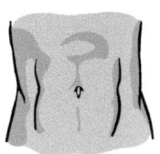

እምብርት

navel

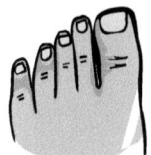

የእግር ጣት

toe

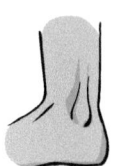

ተረከዝ

heel

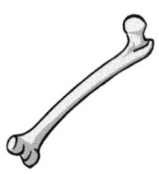

አጥንት

bone

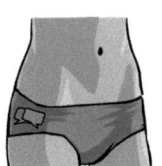

ዳሌ

hip

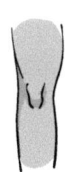

ጉልበት

knee

ክርን

elbow

አፍንጫ

nose

ቂጥ

buttocks

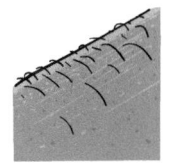

ቆዳ

skin

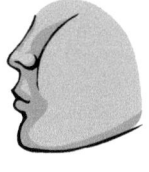

ጉንጭ

cheek

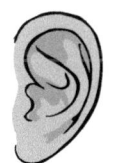

ጆሮ

ear

ከንፈር

lip

አፍ

mouth

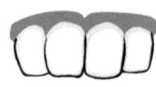

ጥርስ

tooth

ምላስ

tongue

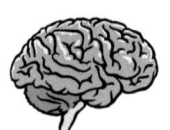

አንጎል

brain

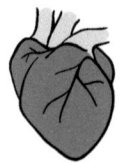

ልብ

heart

ጡንቻ

muscle

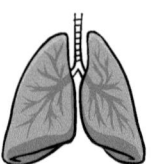

ሳምባ

lung

ጉበት

liver

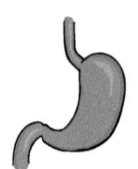

ሆድ

stomach

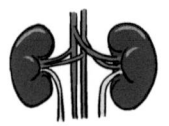

ኩላሊቶች

kidneys

የግብረስጋ ግንኙነት

sex

ኮንዶም

condom

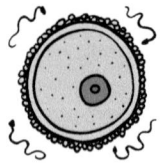

የሴት እንቁላል

ovum

የዘር ፈሳሽ

semen

እርግዝና

pregnancy

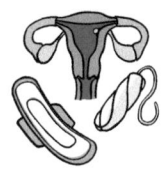

የወር አበባ
menstruation

እምስ
vagina

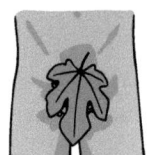

ቁላ
penis

ቅንድብ
eyebrow

ፀጉር
hair

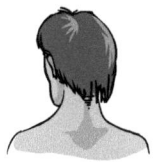

አንገት
neck

ሆስፒታል
hospital

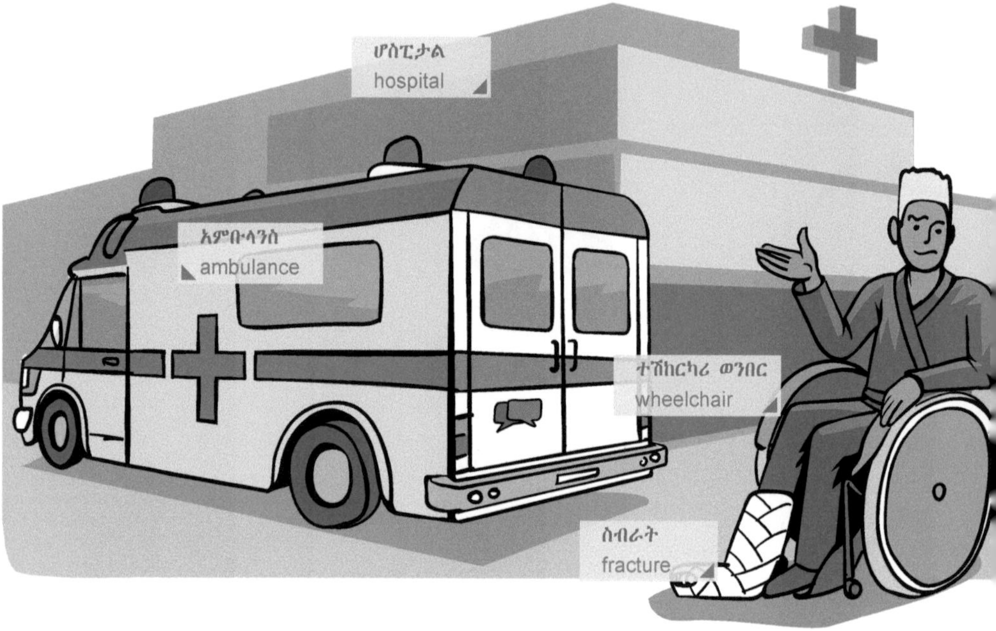

ሆስፒታል
hospital

አምቡላንስ
ambulance

ተሽከርካሪ ወንበር
wheelchair

ስብራት
fracture

ዶክተር
doctor

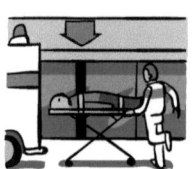

ድንገተኛ ክፍል
emergency room

ነርስ
nurse

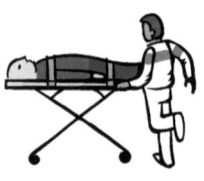

ድንገተኛ
emergency

ራስን መሳት/ አለማወቅ
unconscious

ህመም
pain

ጉዳት

injury

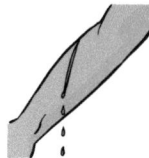

መድማት

bleeding

የልብ ድካም

heart attack

ስትሮክ

stroke

አለርጂ

allergy

ሳል

cough

ትኩሳት

fever

ኢንፍሉዌንዛ

flu

ተቅማጥ

diarrhea

የራስ ምታት

headache

ካንሰር

cancer

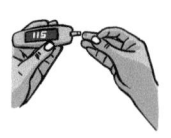

የስኳር በሽታ

diabetes

ቀዶ ጠጋኝ ሐኪም

surgeon

የቀዶ ጥገና ስለት

scalpel

ቀዶ ጥገና

operation

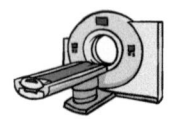

ሲቲ

CT

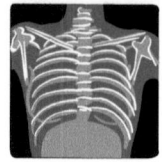

ኤክስሬዮ

x-ray

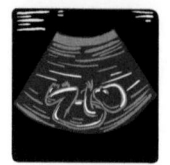

አልትራሳዉንድ

ultrasound

ፊት ጭምብል

face mask

በሽታ

disease

መጠበቂያ ክፍል

waiting room

ምርኩዝ

crutch

ቁስል ማሸጊያ

plaster

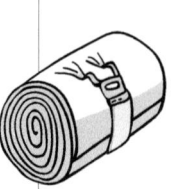

ፋሻ

bandage

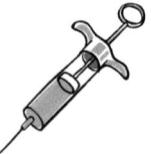

መርፌ

injection

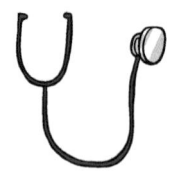

ልብ ምት ማዳመጫ መሳሪያ

stethoscope

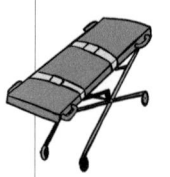

በሽተኛ አልጋ

stretcher

ህክምና ሙቀት መለኪያ መሳሪያ

clinical thermometer

መውለድ

birth

ከልክ ያለፈ ክብደት

overweight

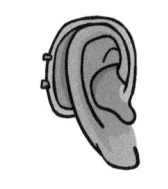

መስማት የሚረዳ መሳሪያ

hearing aid

ፀረ ተባይ መድሀኒት

disinfectant

ማመርቀዝ

infection

ቫይረስ

virus

ኤች አይቪ ኤድስ

HIV / AIDS

ህክምና

medicine

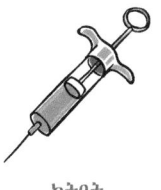

ክትባት

vaccination

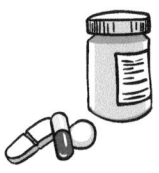

ኪኒን

tablets

ኪኒን

pill

አስቸኳይ የስልክ ጥሪ

emergency call

ደም ግፊት መቆጣጠሪያ

blood pressure monitor

ህመም/ ጤንነት

ill / healthy

ድንገተኛ

emergency

እርዳታ!

Help!

ማንቂያ ደዉል

alarm

ጥቃት

assault

ድብደባ

attack

አደጋ

danger

የድንገተኛ መዉጫ

emergency exit

እሳት!

Fire!

እሳት ማጥፊያ

fire extinguisher

አደጋ

accident

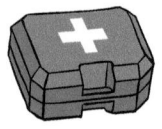

የመጀመሪያ እርዳታ መድሃኒት መያዣ

first-aid kit

ነፍስ አድን

SOS

ፖሊስ

police

አዉሮፓ

Europe

ሰሜን አሜሪካ

North America

ደቡብ አሜሪካ

South America

አፍሪካ

Africa

እስያ

Asia

አዉስትራሊያ

Australia

አትላንቲክ

Atlantic

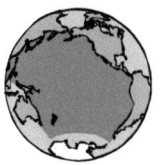

ፓስፊክ

Pacific

የህንድ ዉቅያኖስ

Indian Ocean

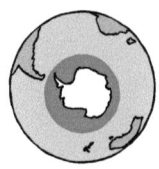

አንታርክቲክ ዉቅያኖስ

Antarctic Ocean

አርክቲክ ዉቅያኖስ

Arctic Ocean

ሰሜን ዋልታ

North pole

ደቡብ ዋልታ

South pole

አንታርክቲካ

Antarctica

ምድር

earth

መሬት

land

ባህር

sea

ደሴት

island

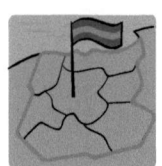

አገርና ህዝብ

nation

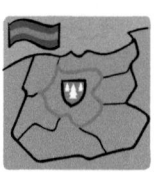

መንግስት

state

የሰዓት ገፅታ

clock face

ሰዓት

hour hand

ደቂቃ

minute hand

ሴኮንድ

second hand

ስንት ሰዓት ነው?

What time is it?

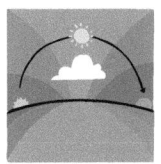

ቀን

day

ጊዜ

time

አሁን

now

የቁጥር ሰዐት

digital watch

ደቂቃ

minute

ሰዓታት

hour

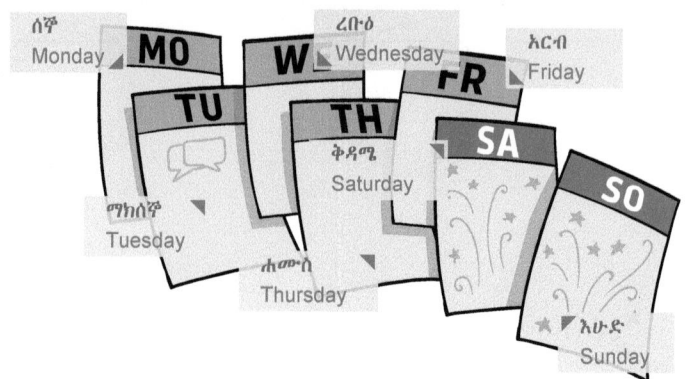

ሳምንት

week

ሰኞ
Monday
MO
W
ረቡዕ
Wednesday
FR
Friday
TU
TH
ቅዳሜ
Saturday
SA
ማክሰኞ
Tuesday
ሐሙስ
Thursday
እሁድ
Sunday

TUE
MON
21

ትላንት

yesterday

TUE
2

ዛሬ

today

TUE
3

ነገ

tomorrow

ማለዳ

morning

ቀትር

noon

ምሽት

evening

MO TU WE TH FR SA SU
1 2 3 4 5 6 7
8 9 10 11 12 13 14
15 16 17 18 19 20 21
22 23 24 25 26 27 28
29 30 31 1 2 3 4

የስራ ቀናት

workdays

MO TU WE TH FR SA SU
1 2 3 4 5 6 7
8 9 10 11 12 13 14
15 16 17 18 19 20 21
22 23 24 25 26 27 28
29 30 31 1 2 3 4

የዕረፍት ቀናት

weekend

ዝናብ
rain
ቀስተ ዳመና
rainbow
ጥጥ የሚመስል አመዳይ
በረዶ
snow
ነ
wind
ፀደይ
spring
በጋ
summer
መኸር
fall
ክረምት
winter

4.APRIL 11°
5.APRIL 4°
6.APRIL 13°
7.APRIL 8°
8.APRIL 10°

የአየር ሁኔታ ትንበያ

weather forecast

F
0
10
0
-10

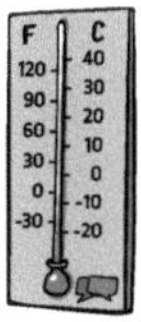

የሙቀት መለኪያ

thermometer

የፀሀይ ሙቀት

sunshine

ደመና

cloud

ጭጋግ

fog

እርጥበታማነት

humidity

መብረቅ

lightning

ነጎድጓድ

thunder

አዉሎ ንፋስ

storm

የበረዶ ዝናብ

hail

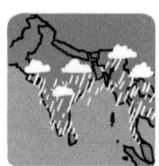

አዉሎ ንፋስ

monsoon

ጎርፍ

flood

በረዶ

ice

ጥር

January

የካቲት

February

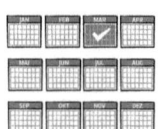

መጋቢት

March

ሚያዚያ

April

ግንቦት

May

ሰኔ

June

ሐምሌ

July

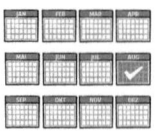

ነሀሴ

August

መስከረም

September

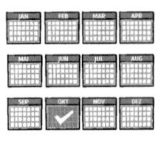

ጥቅምት

October

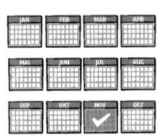

ህዳር

November

ታህሳስ

December

ቅርፆች

shapes

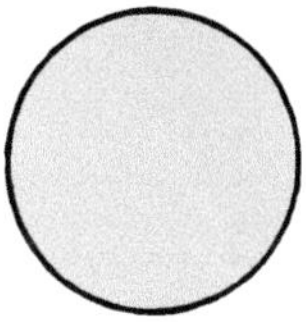

ክብ

circle

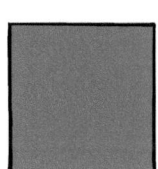

አራት ማዕዘን

square

አራት ቀጥተኛ ማዕዘኖች ጎኖች ያሉት ቅርፅ

rectangle

ስት ማዕዘን

triangle

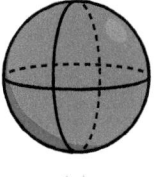

ሉል

sphere

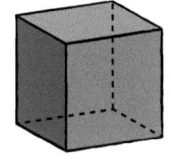

ስድስት ጎን ያለዉ ቅርፅ

cube

ቀለማት

colors

ነጭ

white

ቢጫ

yellow

ብርቱካናማ

orange

ሮዝ

pink

ቀይ

red

ወይን ጠጅ

purple

ሰማያዊ

blue

አረንጓዴ

green

ቡኒ

brown

ግራጫ

gray

ጥቁር

black

ተቃራኒዎች

opposites

ብዙ/ ጥቂት

a lot / a little

ንዴት/ እርጋታ

angry / calm

ቆንጆ/ አስቀያሚ

beautiful / ugly

ጅማሬ/ ፍፃሜ

beginning / end

ትልቅ/ ትንሽ

big / small

ደማቅ/ ደብዛዛ

bright / dark

ወንድም/ እህት

brother / sister

ንፁህ/ ቆሻሻ

clean / dirty

የተሟላ/ ያልተሟላ

complete / incomplete

ቀን/ ምሽት

day / night

የሞተ/ ህያዉ

dead / alive

ሰፊ/ ጠባብ

wide / narrow

የሚበላ/ የማይበላ

edible / inedible

ክፉ/ ደግ

evil / kind

ደስተኛ/ ድብርተኛ

excited / bored

ወፍራም/ ቀጭን

fat / thin

መጀመርያ/ መጨረሻ

first / last

ጓደኛ/ ጠላት

friend / enemy

ሙሉ/ ጎዶሎ

full / empty

ጠንካራ/ ለስላሳ

hard / soft

ከባድ/ ቀላል

heavy / light

ረሃብ/ ጥማት

hunger / thirst

ህመም/ ጤንነት

ill / healthy

ህገወጥ/ ህጋዊ

illegal / legal

ጎበዝ/ ደደብ

intelligent / stupid

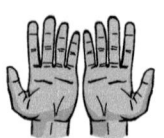

ግራ/ ቀኝ

left / right

ቅርብ/ ሩቅ

near / far

አዲስ/ አሮጌ

new / used

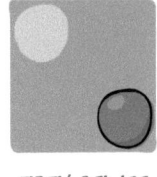

ምንም/ የሆነ ነገር

nothing / something

ሽማግሌ/ ወጣት

old / young

የበራ/ የጠፋ

on / off

ክፍት/ ዝግ

open / closed

ፀጥታ/ ጫጫታ

quiet / loud

ሃብታም/ ደሃ

rich / poor

ትክክለኛ/ የተሳሳተ

right / wrong

ሻካራ/ ለስላሳ

rough / smooth

ሐዘን/ ደስታ

sad / happy

አጭር/ ረዥም

short / long

ዝግተኛ/ ፈጣን

slow / fast

እርጥብ/ ደረቅ

wet / dry

ሞቃት/ ቀዝቃዛ

warm / cool

ጦርነት/ ሰላም

war / peace

ቁጥሮች

numbers

0	1	2
ዜሮ	አንድ	ሁለት
zero	one	two
3	4	5
ሶስት	አራት	አምስት
three	four	five
6	7	8
ስድስት	ሰባት	ስምንት
six	seven	eight
9	10	11
ዘጠኝ	አስር	አስራ አንድ
nine	ten	eleven

12

አስራ ሁለት

twelve

13

አስራ ሶስት

thirteen

14

አስራ አራት

fourteen

15

አስራ አምስት

fifteen

16

አስራ ስድስት

sixteen

17

አስራ ሰባት

seventeen

18

አስራ ስስምንት

eighteen

19

አስራ ዘጠኝ

nineteen

20

ሃያ

twenty

100

መቶ

hundred

1.000

ሺህ

thousand

1.000.000

ሚሊዮን

million

ቋንቋዎች

languages

እንግሊዝኛ

English

የአሜሪካ እንግሊዝኛ

American English

የቻይና ማንዳሪን

Chinese Mandarin

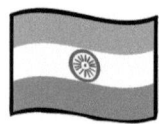

ሂንዱ

Hindi

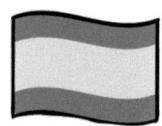

ስፓኒሽ

Spanish

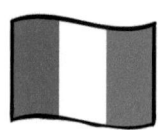

ፍሬንች

French

አረብኛ

Arabic

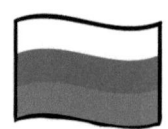

ራሺያኛ

Russian

ፖርቹጊዝ

Portuguese

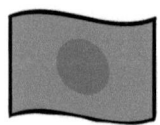

ቤንጋሊ

Bengali

ጀርመን

German

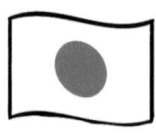

ጃፓንኛ

Japanese

who / what / how

እኔ

I

አንተ

you

እሱ/ እርሷ/ እቃዉ

he / she / it

እኛ

we

አንተ

you

እነርሱ

they

ማን?

who?

ምን?

what?

እንዴት?

how?

የት?

where?

መቼ?

when?

ስም

name

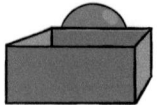

የት

where

በስተጀርባ

behind

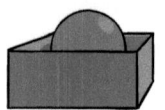

ዉስጥ

in

ከፊት ለፊት

in front of

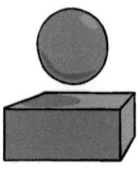

ከላይ

over

ላይ

on

ከስር

under

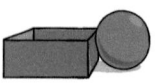

አጠገብ

beside

መሃከል

between

ቦታ

place